Ang Wheelie Great Fall ni Willow

Tagalog

Marcy Schaaf

Willow's Wheelie Great Fall

Marcy Schaaf

Welcome to Willow's world,
where adventure is always around the corner—
especially in the fall! As the leaves turn bright
orange and the air grows crisp, Willow is ready
to dive into all the fun autumn has to offer.
Whether she's racing through an apple orchard
or making a splash in muddy puddles,

Willow's wheelchair never slows her down.
With her fearless attitude and a big, joyful
heart, she shows us that trying new things and
embracing the beauty of fall is for everyone—
no matter how you roll!

Maligayang pagdating sa mundo ni Willow, kung saan ang pakikipagsapalaran ay palaging nasa paligid-lalo na sa taglagas! Habang ang mga dahon ay nagiging matingkad na kulay kahel at ang hangin ay nagiging presko, si Willow ay handang sumisid sa lahat ng masasayang taglagas na iniaalok. Kung siya ay nakikipagkarera sa isang taniman ng mansanas o gumagawa ng splash sa maputik na puddles,

Ang wheelchair ni Willow ay hindi nagpapabagal sa kanya. Sa kanyang walang takot na saloobin at isang malaki, masayang puso, ipinakita niya sa amin na ang pagsubok ng mga bagong bagay at pagyakap sa kagandahan ng taglagas ay para sa lahat—kahit paano ka gumulong!

MEET WILLOW,
A GIRL WITH THE BRIGHTEST
SMILE.
HER WHEELCHAIR TAKES HER
EVERY MILE.

Kilalanin si Willow, isang babaeng may pinakamaliwanag na ngiti. Dinadala siya ng kanyang wheelchair bawat milya.

It's fall and the leaves are golden bright. Willow's ready for adventure full of delight.

Taglagas na at ang mga dahon ay ginintuang maliwanag. Handa na si Willow para sa pakikipagsapalaran na puno ng kasiyahan.

THE GARDEN'S READY WITH
VEGGIES TO GROW,
WILLOW PLANTS SEEDS IN
PERFECT ROWS.

Ang hardin ay handa na sa mga gulay na palaguin, Willow ay nagtatanim ng mga buto sa perpektong hanay.

She waters the soil watches them sprout,
"Gardening is fun!" Willow shouts out.

Dinidiligan niya ang lupa habang pinapanood silang umusbong, "Ang paghahalaman ay masaya!" sigaw ni Willow.

NEXT, IT'S OFF TO THE APPLE
ORCHARD NEARBY.
WILLOW PICKS APPLES HER
BASKET HELD HIGH.

SUSUNOD, PAPUNTA ITO SA MALAPIT
NA TANIMAN NG MANSANAS.
PUMITAS NG MANSANAS SI WILLOW
SA KANYANG BASKET NA NAKATAAS.

Her friends gather round
picking some too.
"Let's bake a pie for me and
you!"

Ang kanyang mga kaibigan ay nagtitipon-tipon din sa pagpili ng ilan.
"Magluto tayo ng pie para sa iyo!"

IN THE KITCHEN THE APPLES ARE SLICED.
WILLOW STIRS THE DOUGH ROLLING IT NICE.

Sa kusina ang mga mansanas
ay hiniwa.
Hinahalo ni Willow ang masa
na gumugulong nang maganda.

The pie goes in
the scent fills the air.
Trying new things is fun to
share!

Ang pie ay napupunta sa pabango na pumupuno sa hangin.
Ang pagsubok ng mga bagong bagay ay nakakatuwang ibahagi!

After pie it's pumpkin carving time!
Willow picks one round and prime.

PAGKATAPOS NG PIE, ORAS NA NG PAG-UKIT NG KALABASA! PUMIPILI SI WILLOW NG ISANG ROUND AT PRIME.

HER HANDS WORK FAST HER
FRIENDS CHEER LOUD.
WILLOW'S PUMPKIN MAKES HER
SO PROUD.

ANG KANYANG MGA KAMAY AY
MABILIS NA KUMILOS ANG
KANYANG MGA KAIBIGAN NANG
MALAKAS.
ANG KALABASA NI WILLOW AY
NAGPAPALAKI SA KANYA.

"LOOK AT MY PUMPKIN!" WILLOW
BEAMS.
SHE'S CARVED IT UP JUST LIKE
HER DREAMS.

"Tingnan mo ang kalabasa ko!" Willow beam. Kinukit niya ito tulad ng kanyang mga panaginip.

OFF TO THE YARD WHERE THE
LEAVES ARE PILED.
WILLOW ROLLS CLOSE AND GRINS
SO WILD.

Pumunta sa bakuran kung saan nakatambak ang mga dahon. Malapit na gumulong si Willow at ngumisi nang napaka-wild.

SHE TOSSES LEAVES HIGH THEY FLUTTER AROUND.
PLAYING IN LEAVES IS THE BEST FUN FOUND!

NAGHAHAGIS SIYA NG MGA DAHON NANG
MATAAS ANG MGA ITO AY KUMAKAWAY.
ANG PAGLALARO SA MGA DAHON AY ANG
PINAKAMAHUSAY NA KASIYAHAN NA
NATAGPUAN!

Her friends join in playing in the pile.
They laugh and jump all full of style.

SUMAMA ANG MGA KAIBIGAN
NIYA SA PAGLALARO SA PILE.
TUMAWA SILA AT TUMALON NA
PUNO NG ISTILO.

LATER, A WALK IN THE WOODS BEGINS.
WILLOW ROLLS ALONG TAKING IT IN.

Mamaya, magsisimula ang paglalakad sa kakahuyan. Gumulong-gulong ang Willow habang dinadala ito.

THE CRISP AIR THE SKY SO BLUE.
FALL IS FOR EVERYONE
ME AND YOU!

ANG MALUTONG NA HANGIN ANG
LANGIT AY ASUL.
ANG TAGLAGAS AY PARA SA
LAHAT AKO AT IKAW!

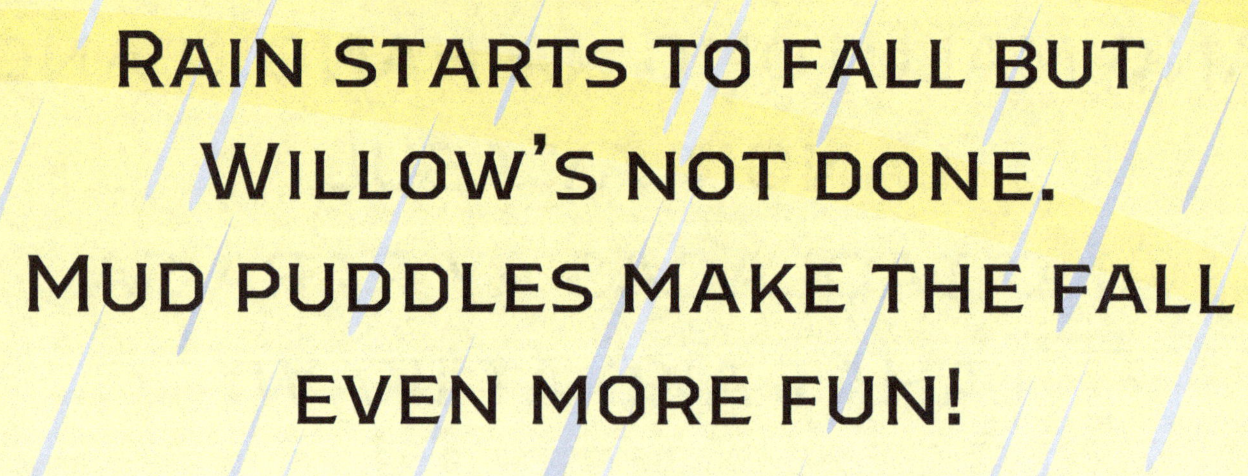

RAIN STARTS TO FALL BUT
WILLOW'S NOT DONE.
MUD PUDDLES MAKE THE FALL
EVEN MORE FUN!

Nagsisimula nang bumuhos ang ulan ngunit hindi pa tapos si Willow. Ang mga puddles ng putik ay nagpapasaya sa taglagas!

SHE ROLLS RIGHT THROUGH WITH SPLASHES SO HIGH.
MUD COATS HER WHEELS AS SHE LAUGHS TO THE SKY.

Siya ay gumulong kaagad sa pamamagitan ng mga splashes na napakataas. Nababalot ng putik ang kanyang mga gulong habang tumatawa siya hanggang sa langit.

Her friends splash too
soaked head to toe.
Playing in the rain helps
spirits grow.

MASYADONG BASANG-BASA ANG MGA KAIBIGAN NIYA MULA ULO HANGGANG PAA.
ANG PAGLALARO SA ULAN AY NAKAKATULONG SA PAGLAKI NG MGA ESPIRITU.

Willow smiles wide having no fear.
"This is my favorite time of year!"

Malawak ang ngiti ni Willow
na walang takot.
"Ito ang paborito kong oras
ng taon!"

Pumpkins, apples, leaves, and more,
Fall adventures are never a bore.

Mga kalabasa, mansanas, dahon, at higit pa, Ang mga pakikipagsapalaran sa taglagas ay hindi kailanman nakakabagot.

Don't be scared to try
something new.
There's nothing this
wheelchair can't do!

HUWAG MATAKOT SUMUBOK NG BAGO.
WALANG HINDI MAGAGAWA ANG WHEELCHAIR NA ITO!

FROM THE ORCHARD TO THE
MUDDY TRACKS.
FALL'S THE SEASON WILLOW
NEVER LACKS.

MULA SA TANIMAN HANGGANG
SA MAPUTIK NA MGA LANDAS.
TAGLAGAS ANG PANAHON NA
HINDI NAGKUKULANG SI WILLOW.

WHETHER IN LEAVES OR IN THE
GARDEN BRIGHT.
WILLOW FINDS JOY FROM
MORNING TO NIGHT.

Maging sa mga dahon o sa hardin maliwanag. Nakatagpo ng kagalakan si Willow mula umaga hanggang gabi.

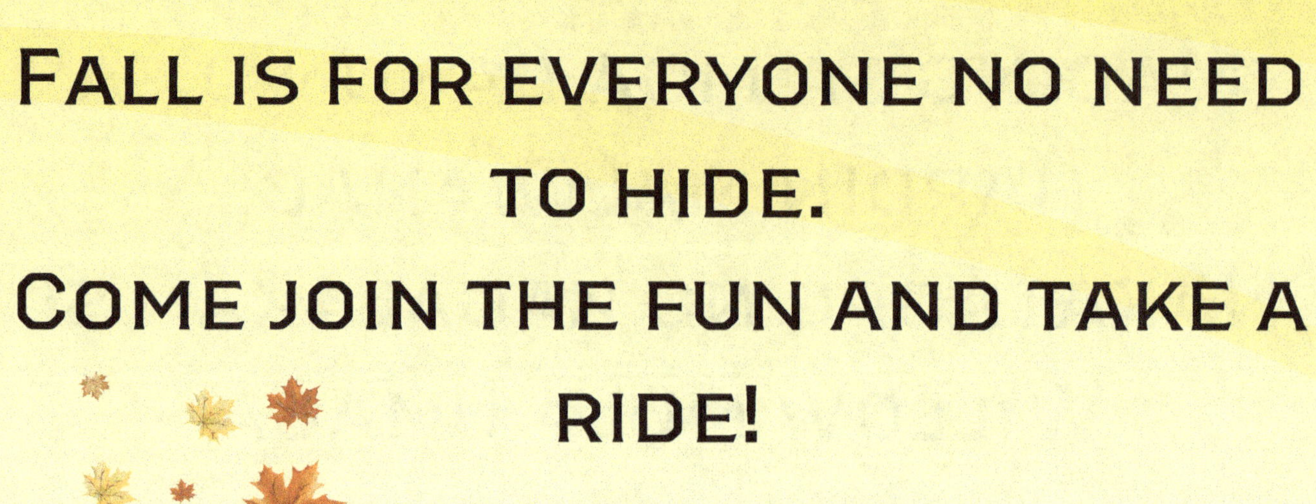

Fall is for everyone no need to hide.
Come join the fun and take a ride!

Ang taglagas ay para sa lahat na hindi kailangang itago.
Halina't sumali sa saya at sumakay!

Willow's wheelchair zooms everywhere.
With courage and joy beyond compare.

Ang wheelchair ni Willow ay nag-zoom kahit saan. Sa lakas ng loob at saya na walang kapantay.

No matter the activity
no matter the day.
Willow proves fall fun is
here to stay.

Kahit anong aktibidad kahit anong araw. Willow nagpapatunay taglagas masaya ay dito upang manatili.

ENJOY THE WEATHER
ENJOY THE CHEER.
FALL'S MAGIC IS FOR EVERYONE
YEAR AFTER YEAR!

Enjoy the weather enjoy the cheer.
Ang magic ng taglagas ay para sa lahat taon-taon!

Books By Schaaf

www.BookBySchaaf.com

Find us at: